ỌBẸ̀ ỌJỌ́ ÀBÁMẸ́TA MÀMÁ ÀGBÀ

Grandma's Saturday Soup

Written by Sally Fraser

Illustrated by Derek Brazell

Yoruba translation by Abimbola Alao

Ní ọjọ́ ajé màmá mi jí mi ní òwúrọ̀ kùtùkùtù.
"Mimi, dìde kí o múra ilé ìwé."
Mo dìde lórí ibùsùn bí ó tilè jẹ́ pé ó rẹ̀ mí,
oorun sì nkùn mí. Mo ṣí aṣọ tí a ta sí fèrèsé.

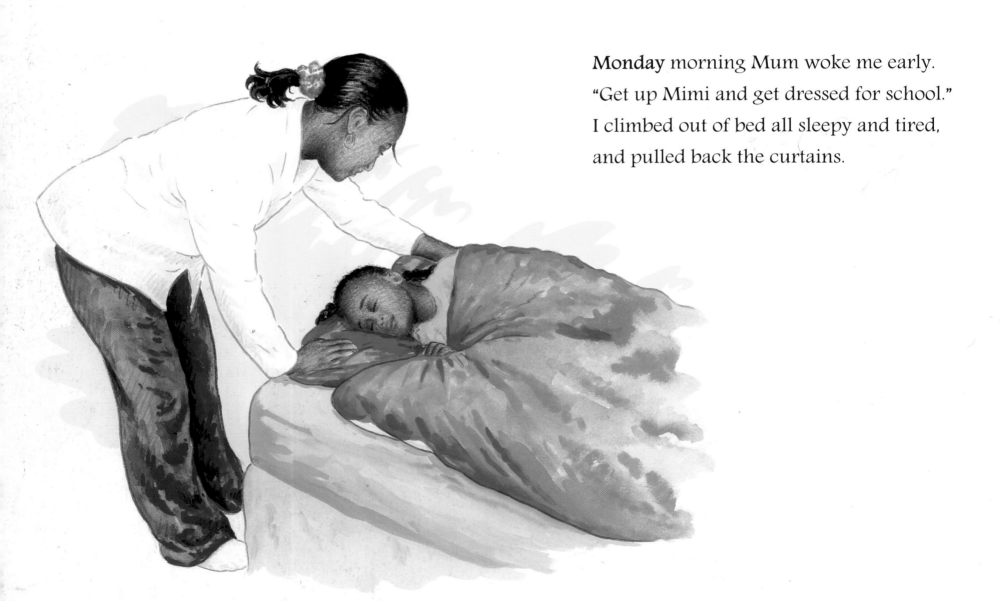

Monday morning Mum woke me early.
"Get up Mimi and get dressed for school."
I climbed out of bed all sleepy and tired,
and pulled back the curtains.

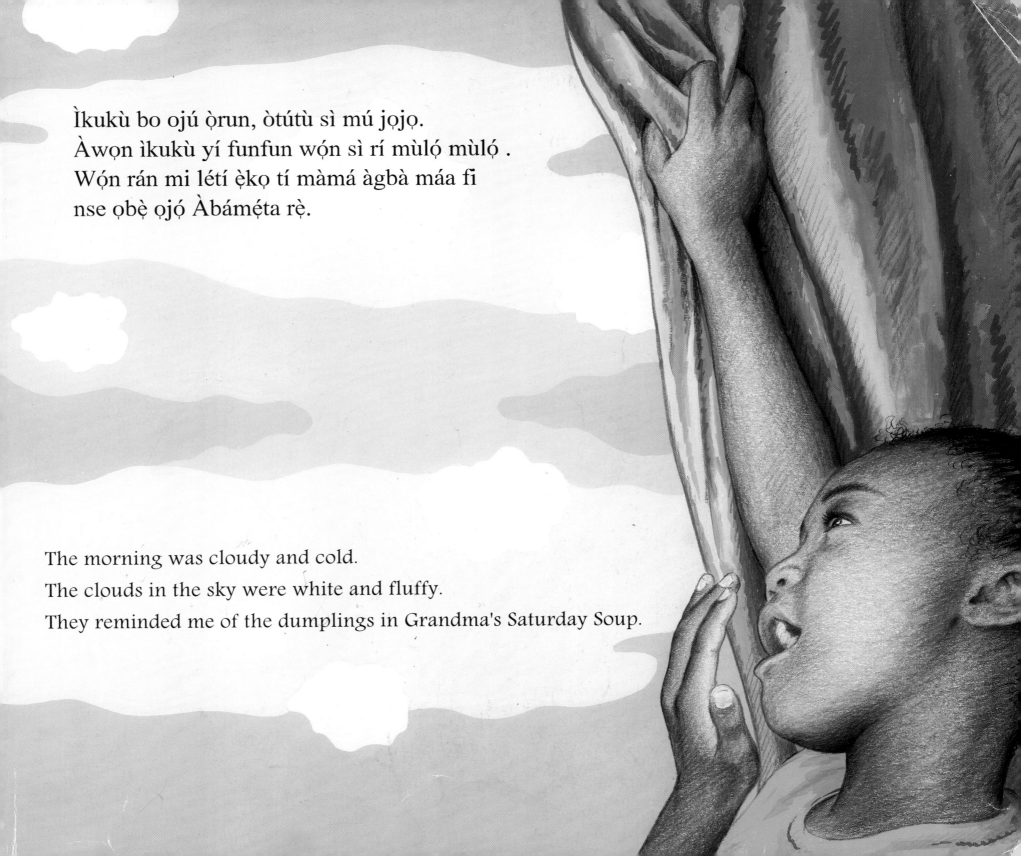

Ìkukù bo ojú òrun, òtútù sì mú jọjọ.
Àwọn ìkukù yí funfun wọ́n sì rí mùlọ́ mùlọ́ .
Wọ́n rán mi létí èkọ tí màmá àgbà máa fi
nse ọbè ọjọ́ Àbámẹ́ta rè.

The morning was cloudy and cold.
The clouds in the sky were white and fluffy.
They reminded me of the dumplings in Grandma's Saturday Soup.

Màmá àgbà máa nsọ ìtàn nípa Jamaica fún mi tí mo bá lọ sí ilé rẹ̀.

Grandma tells me stories about Jamaica when I go to her house.

"Àwọn ìkukù Jamaica máa nrọ òjò nlá,
bí eni pé ẹnìkan ṣí ẹ̀rọ omi ní ojú ọ̀run.
Afẹ́fẹ́ sì máa nfẹ́ àwọn ìkukù yí lọ, òòrùn a sì tún jáde."

"The clouds in Jamaica bring the heaviest rain.
It's like someone has turned the tap on in the sky.
The warm breeze moves them on and the sun comes out again."

Ní ọjọ́ Ìṣẹ́gun, bàbá mi mú mi lọ sí ilé ìwé.
Òtútù mú ní ọjọ́ náà; nítorípé yìnyín wà ní ibi gbogbo.

Tuesday morning Dad took me to school.
The day was cold and crisp; it had snowed in the night.

Yìnyín náà funfun bí inú iṣu tí a bẹ.
Ó dàbí iṣu tí màmá àgbà máa fi nse ọbẹ̀ ọjọ́ Àbámẹ́ta rẹ̀.

It's white and smooth and looked like the inside of a sliced yam.
Just like the yam in Grandma's Saturday Soup.

Màmá àgbà sọ fún mi pé iyẹ̀pẹ̀ etí òkun funfun nini bí yìnyín ṣùgbọ́n kò sí òtútù.

Grandma tells me that the white powdery sand on the beaches looks like fresh snow but it's never cold.

Mo bẹ̀rẹ̀ sí ronú pé, njẹ́ mo lé fi iyẹ̀pẹ̀ funfun mọ ènìyàn.
Èyí yó pa ni lẹ́rìn gidigidi.

I wonder if I could make a sandman with the white sand?
Wouldn't that be funny?!

Ní Ọjọ́rú yìyín wà káàkiri. Òtútù mú
ṣùgbọ́n mo wọ aṣọ òtútù.
*Màmá àgbà máa nsọ ìtàn nípa Jamaica
fún mi tí mo bá lọ sí ilé rẹ̀.*

Wednesday the snow fell harder. It was cold but I was wrapped up warm.
Grandma tells me stories about Jamaica when I go to her house.

*"Ojojúmọ́ ni òòrùn máa nràn. Òòrùn máa
njẹ́ kí ara gbóná, nítorí náà, àwọn ènìyàn
máa nwọ sọkòtò pénpé àti ẹ̀wù ooru."*
Òòrùn ní ojojúmọ́? Sọkòtò pénpé àti ẹ̀wù ooru?
Èmi kò gbàgbọ́ pé òtítọ́ ni èyí.

*"The sun shines every day. The sun is warm on your skin
and you only need to wear your shorts and a T-shirt."*
Warm every day? Shorts and T-shirt? I can't believe that.

Ní àsìkò eré òsán, a ṣu yìyín
a sì njù ú sí ara wa.

At afternoon play we made snowballs
and threw them at each other.

The snowballs remind me of the round soft potatoes in Grandma's Saturday Soup.

Yìnyín ṣíṣù yí jẹ́ kí nrántí òdùkún tí màmá àgbà máa fi nse ọbẹ̀ ọjọ́ Àbámẹ́ta rẹ.

Lẹ́hìn tí a parí ilé ìwé ní Ọjọ́bọ̀, èmi àti òrẹ́
mi Layla àti màmá rẹ̀ lọ sí ilé ìkàwé.

On **Thursday** I went to the library
after school with my friend Layla
and her Mum.

A kọjá pápá ìṣeré a sì rí àwọn òdòdó kékèké tí ó ṣèṣè nhù. Wọ́n nyọrí jáde nínú yìnyín. Wọ́n dàbí ewé àlùbọ́sà tí màmá àgbà máa fi nse ọbẹ̀ ọjọ́ Àbámẹ́ta rẹ̀.

As we passed the park we saw the little bulbs starting to grow. The little green shoots poked through the snow. They looked like the spring onions in Grandma's Saturday Soup.

Grandma tells me about the wonderful plants and flowers in Jamaica.
"In Jamaica the most beautiful flowers grow wild.
They are all different colours and sizes
and their smell fills the air."
I've never seen flowers like that before,
I wonder if she's only joking?

Màmá àgbà sọ fún mi nípa àwọn èso àti òdòdó
tó wà ní Jamaica.
"Ní Jamaica àwọn òdòdó tí ó léwà gidigidi máa
ndálẹ̀ hù ni. Oríṣiríṣi ni àwọ̀ wọn. Òórùn dídùn
wọn sì máa ngba afẹ́fẹ́."
Èmi kò rí irú òdòdó bẹ́ẹ̀ rí. Mo rò pé màmá àgbà
kàn nṣe yẹ̀yẹ́ ni.

Ní ojọ́ Ẹtì, màmá àti bàbá mi pé láti lọ sí ibi iṣẹ́.
"Mimi, tètè múra kí o sì mú èso kan lọ sí ilé ìwé."

On **Friday** Mum and Dad are late for work.
"Hurry Mimi, choose a piece of fruit to take to school."

Mo wo inú àwo tí a kó èso sí.
Èso wo ni kí nmú o, ṣé ọsàn ni tàbí òro òyìnbó?
Àwọ̀ òro òyìnbó yì rán mi létí cho-cho tí màmá
àgbà máa fi nse ọbẹ̀ ọjọ́ Àbámẹ́ta rẹ̀.

I looked at the bowl full of fruit.
Should I choose an orange, an apple or a pear?
The apple and pear; their colour and shape remind me
of the cho-cho in Grandma's Saturday Soup.

Màmá àgbà sọ fún mi nípa àwọn èso Jamaica.
"Ní Jamaica, o lè ká èso lórí igi bí o bá nrìn lọ sí ilé ìwé,
o lè ká èso mango tí ó dùn tí ó sì pọ́n dáradára."

Grandma tells me about the fruits in Jamaica.

"In Jamaica you can walk to school and pick a piece of fruit

from a tree, a ripe mango all juicy and sweet."

Léhìn tí a parí ilé ìwé, màmá àti bàbá mi mú mi lọ
sí ilé èrọ àwòrán nítorípé mo ṣe dáradára ní ilé ìwé.
Nígbà tí a dé ibè òòrùn nràn, ṣùgbọ́n òtútù ṣì mú.
Ìgbà rírú ewé kò ní pé dé.

After school, as a treat for good marks, Mum and Dad took me to the cinema.

When we got there the sun was shining, but it was still cold.

I think springtime is coming.

Àwòrán tí a wò dára. Nígbà tí a máa fi jáde sí ìta òòrùn ti nwọ̀.

Bí ó ṣe nwọ̀ ni ó ntóbi tí ó sì pọ́n rẹ̀rẹ̀ bí ọ̀sán.

Ó dàbí elégédé tí màmá àgbà máa fi nse ọbẹ̀ ọjọ́ Àbámẹ́ta rẹ̀.

The film was great and when we came out the sun was setting over the town.

As it set it was big and orange just like the pumpkin in Grandma's Saturday Soup.

Màmá àgbà sọ fún mi bí òòrùn ṣe nyọ àti bí òòrùn ṣe nwọ̀ ní Jamaica.
"Òòrùn máa nyọ ní òwúrọ̀ kùtùkùtù, ó sì máa njẹ́ kí ara yá gágá láti bẹ̀rẹ̀ iṣẹ́ òòjọ́."

Grandma tells me about the sunrise and sunsets in Jamaica.
"The sun rises early and makes you feel good and ready for your day."

"Bí òòrùn bá wò tí òṣùpá sì jáde ní ojú òrun ogunlógò
ìràwò máa njáde pèlú rè. Wón máa ntàn yirinyirin bí
òkúta olówó iyebíye ní ojú òrun."
Ogunlógò ìràwò, èmi kò lè ronú ohun tí ó pò tó yì.

"When it sets and the moon comes out she is followed by a million stars
that look like diamonds twinkling in the night sky."
A million stars, I can't even imagine that many.

Ní òwúrò ojó Àbámé̩ta mo lo sí ilé è̩kó̩ ijó.
Orin náà dàbí orin arò.

Saturday morning I went to my
dance class.
The music was slow and sad.

Màmá àgbà sọ fún mi nípa ìlù àti ijó calypso, àti àwọn ènìyàn tí wọn nlu ìlù lábẹ́ igi. Igi tí ewé rẹ̀ gùn tí ó sì dàbí ara ọ̀gẹ̀dẹ̀ tí kò pọ́n.
"Orin náà máa njẹ́ kí inú ènìyàn dùn kí ó sì fẹ́ láti jó."

Grandma tells me about the rhythms of calypso music and steel drums, of people playing under the shade of a tree. A wonderful tree with long leaves that look like the strands of skin from a green banana.
"The music makes you happy and want to dance."

Léhìn tí a ṣe tán ní ilé èkọ́ ijó, màmá mi wá mú mi. A wa okọ̀ kojá ilé ìwé mi. Léhìn èyí a yà sí apá òsì ní ibi pápá ìṣeré, a sì tún kojá ilé ìkàwé. A gba àárín ìlú, a sì kojá ilé ẹ̀rọ àwòrán. A kò ní pẹ́ dé ibi tí à nlọ.

Mum picked me up after class. We went by car.
We drove down the road and past my school. We turned left at the park and on past the library. Through the town, there's the cinema and not much further now.

Ebi npa mí gidigidi. Láìpẹ́ a dé ilé màmá àgbà.

I was hungry. Really hungry. At last we arrived at Grandma's.

Mo sáré lọ sí ẹnu ọ̀nà, hmmn, òórùn dídùn.
Òórùn ọ̀gẹ̀dẹ̀ tí kò pọ́n, cho-cho àti iṣu,
ọ̀dùkún àti elégédé…

I ran to the front door and could smell a delicious smell.
It's green bananas, cho–cho and yams, dumplings, potato,
and pumpkin… `

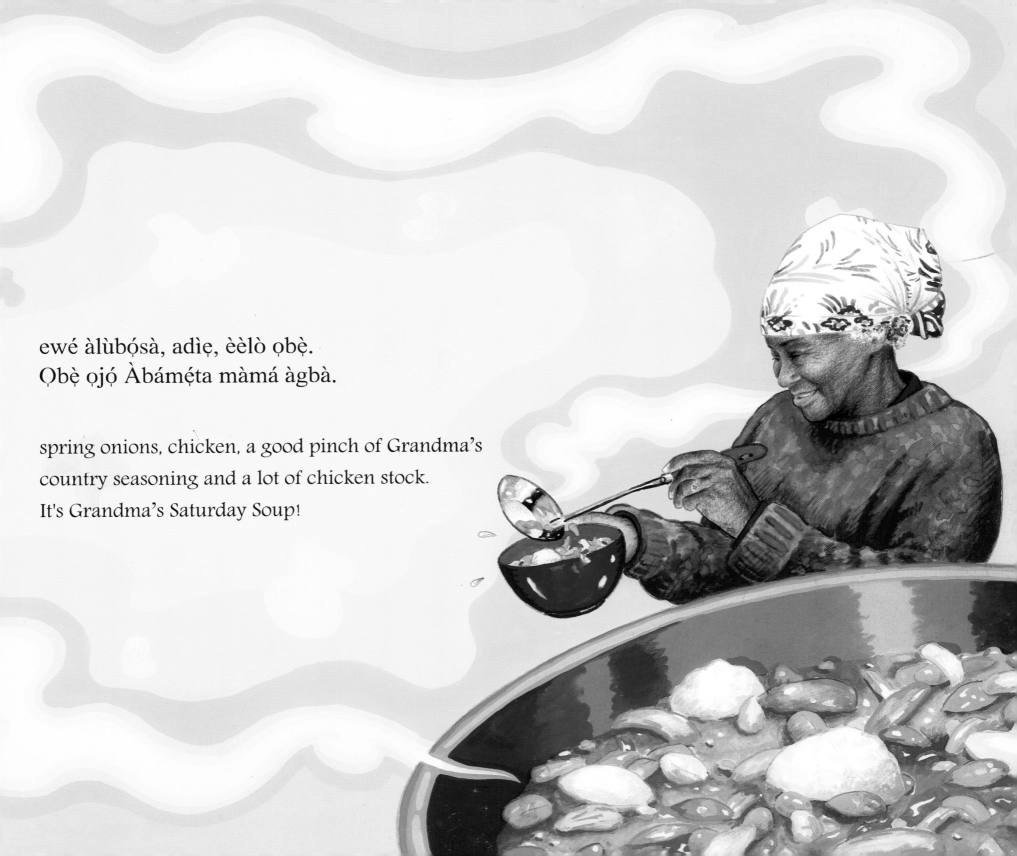

ewé àlùbọ́sà, adìẹ, èèlò ọbẹ̀.
Ọbẹ̀ ojọ́ Àbámẹ́ta màmá àgbà.

spring onions, chicken, a good pinch of Grandma's
country seasoning and a lot of chicken stock.
It's Grandma's Saturday Soup!

Ní ojó àìkú àwọn òrẹ́ wa wá láti bá wa jẹun.
Màmá àti bàbá mi máa nse ónjẹ aládùn ṣùgbọ́n ónjẹ
tí mo fẹ́ràn jùlọ ni ọbẹ̀ ojó Àbámẹ́ta ti màmá àgbà.

On **Sunday** we had friends at our house for dinner.
Mum and Dad are good cooks, their food is nice but my favourite
food in the whole wide world is **Grandma's Saturday Soup**.